THis journal belongs to :

Date: ____________________

Date: ___________________

Date: ______________________________

Date: _______________________

Date:

Date:

Date: ______________________

Date: ______________

Date: _______________

Date: ______________________

Date: _______________________

Date: _______________

Date:

Date: _______________________

Date: ____________________

Date: _______________

Date: ____________________

Date: _______________

Date: _______________

Date: ___________________

Date: ________________

Date: ______________________

Date:

Date: _______________

Date: _______________

Date: _______________

Date: _______________________

Date: _______________

Date: _______________________

Date: _______________

Date: _______________

Date: _______________

Date: _______________

Date: ___________________

Date: ___________________

Date: ___________________________

Date: _______________

Date: __________

Date: ______________________________

Date:

Date: _______________________

Date: ______________________

Date: ______________________

Date:

Date: _______________

Date: ______________

Date: ____________________

Date: _______________

Date: _______________

Date:

Date: _______________

Date: __________________________

Date: _______________________

Date: _______________

Date: ______________________

Date: _______________

Date: _______________

Date: ______________________

Date: ______________________________

Date: ____________________

Date:

Date: ______________________

Date: ____________________

Date: _______________

Date:

Date: _______________

Date:

Date: ______________________________

Date: ______________________

Date: ___________________

Date: ______________________

Date: _______________

Date: ______________________

Date: ______________________

Date: ______________________

Date: ______________________

Date: ________________________

Date: ______________________________

Date: _______________

Date: ______________________

Date: _______________

Date: ____________________

Date:

Date:

Date: _______________

Date:

Date: ______________________

Date: ____________________

Date: _______________

Date: ______________________

Date: _______________

Date: ____________________

Date: ____________________

Date:

Date: _______________

Date: ______________________

Date: _______________

Date: _______________

Date: _______________

Date: _______________

Date: ____________________

Date: ______________

Date: _______________

Date: ______________

Date: ____________________

Date: ___________________

Date: _______________

Date: _______________________

Date: ___________________

Date: _______________

Date: ______________________

Date: _______________________

Date: _______________

Date: ______

Date: ______________________

Date: _______________________

www.ingramcontent.com/pod-product-compliance
Lightning Source LLC
Chambersburg PA
CBHW051431150726
48000CB00005B/2045